Recommendation

In Asian Hub, the Multicultural Social Enterprise, is carrying out various programs for children of multicultural families for them to understand the language and culture of their mother's home country and to be a bridge between Korea and to that country.

The mother's home country fairy tale book production is a project where mothers of multicultural families produce original fairy tale books in Korean and in their own language about stories they heard from their grandparents when they were young, and even draw their own drawings.

Children of multicultural families can feel closer to their mother's home country if these fairy tale books read to them by their mothers, and we hope that indigenous children will be able to experience neighboring countries through these fairytales. Fairy tale books are available through the Asian language website (asianlanguage. kr) and can also be viewed as audiobooks.

Kim Sun-young, who educated for the story process to publish this book, Kim Jung-hwa, who trained the illustration process, and Kim Sae-ro, who was in charge of the entire program.. Everyone did their best for the success of this program.

I would like to congratulate the authors of each country, Akane of Japan, Shihwan of China, and Oh Hyejin/Marisa Conde of the Philippines for your first book published as a translator and writer, and I hope to meet readers with more books in the future.

Those who purchase this book will give us a lot of strength to settle up a multicultural family in Korea. Thank you.

December 2016
Written by : **Choi Jennifer** (CEO, Asianhub)

필리핀의 남쪽 섬 어느 마을에
한 할머니가 살고 있었어요.
그 할머니의 이름은 '두링'이었는데요.
두링 할머니는 산 밑에 살고 있었고
할머니의 작은 오두막은 나무로 둘러싸인
넓은 마당의 한가운데에 위치하고 있었어요.

마을 사람들은 아이들에게
"너, 말 안 들으면 마녀 두링 할머니가 잡아 간다!" 라고 말했어요.

남편과 자녀들이 죽고 나서부터 두링 할머니는
산 밑에 혼자 살면서 마당에다 식물과 나무만 열심히 키웠어요.
다른 사람과 만나는 것을 싫어해서 가족이 죽은 지 얼마 안 되었을 때,
마을 사람들이 도움을 주려고 했지만 두링 할머니가 싫다고 했데요.
그래서 그 때부터 할머니는 마을 사람들과 점점 멀어졌고,
아이들에게는 무서운 할머니가 되고 말았습니다.

몇 년이 지나

예전에 장난꾸러기였던 아이들은 자라서 성인이 됐지만

두링 할머니는

여전히 사람들과 어울리지 않고 산 밑에만 있었어요.

어느 날 밤 온 마을에 이상한 냄새가 났어요.

"이 냄새는 뭐지?"

마을 사람들은 무슨 냄새인지 어디서 나는지 궁금했지만 알 수가 없었어요.

냄새는 다음 날, 그 다음 날에도 계속 나고 점점 더 심해졌어요.

"이 이상한 냄새가 어디서 나는지 알아봐야겠어."
마을 사람들은 이상한 냄새가 어디서 나는지 알아내기 위해
온 마을을 찾아다녔고 두링 할머니 집에도 가게 되었어요.
"두링 할머니, 계세요?"

두링 할머니는 찾지 못하고
껍데기가 날카로운 가시 과일 나무만 보였어요.
과일 열매가 너무 익어서 벌어지기 시작한 거예요.

이상한 냄새는 바로 이 과일에서 나는 냄새였어요.

마을 사람 누군가

"냄새가 이상하지만 먹음직스럽네."라고 말했고,

그 중에 한 사람이 과일 열매를 따서 먹어보기로 했어요.

냄새가 너무 이상해서 코를 막고 먹어봤는데 의외로 맛있는 거예요.

"따서 가져가도 괜찮을 거야.
두링 할머니는 계시지도 않고, 이 많은 열매를 누가 먹겠어."
마을 사람들은 과일 열매를 따서 집으로 가져갔어요.

다른 마을에서 온 사람들이 그 과일을 보고
"무슨 과일이에요?" 라고 물어봤을 때,
마을 사람들은
"이것은 두링 할머니가 키운 나무열매예요."라고 말하였어요.
그것이 '두링 얀 (이것은 두링이다)'으로 전달되었고
나중에는 '두리안'이 되었답니다.

Alamat ng Durian

Sa isang bayan sa Mindanao ay may matandang babae na lalong kilala sa tawag na Tandang During. Nakatira siya sa paanan ng bundok. Ang maliit niyang kubo ay nakatayo sa gitna ng malawak niyang bakuran na naliligid ng mga puno.

Si Tandang During ay karaniwan nang ginagawang katatakutan ng mga ina sa kanilang malilikot na mga anak. Sabi nila ay lahi ito ng mangkukulam kung kaya dapat iwasan.

Si Tandang During ay nasanay nang mamuhay na nag-iisa. Mula nang mamatay ang asawa at mga anak ay hindi na siya umalis sa paanan ng bundok.

Tahimik siyang tao at dahil matanda na ay mas ibig pa niyang asikasuhin na lang ang mga tanim na halaman.

Masungit si Tandang During kaya iniiwasan ng mga tao. Noong kamamatay palang ng mga mahal niya sa buhay ay marami ang nag-alok ng tulong ngunit tinanggihan niya.

Sa gayon ay unti-unti na ring lumayo sa kanya ang mga tao hanggang maging panakot na lamang siya sa makukulit na mga bata.

Ilang taon ang nagdaan. Ang dati ay makukulit na mga bata ay malalaki na ngunit si Tandang During ay gayon parin. Nag-iisa sa kubo sa paanan ng bundok at hindi naki-salamuha sa mga tao.

Isang gabi ay itinaboy ng hanging amihan ang isang kakaibang amoy sa komunidad. Hindi nila alam kung ano ang amoy na iyon at kung saan galing. Nanatili ang amoy nang sumunod pang mga araw at patindi nang patindi. Nagpasya ang mga tao na hanapin ang pinanggalingan ng amoy.

Nagkaisa silang puntahan ang kubo ni Tandang During nang ma tiyak na doon nanggagaling ang amoy. Hinanap nila ang matanda ngunit hindi nila ito nakita.

Sa halip ay nabaling ang pansin nila sa isang puno na ang mga bunga ay may matitigas na balat at matatalim na tinik. Dahil sobrang hinog ay nagsisimula nang bumuka ang mga prutas.

Isang lalaki ang umakyat ng puno para kumuha ng bunga. Nagtakip sila ng ilong nang buksan ang prutas pero pare-pareho ring nasarapan sa lasa ng prutas na iyon.

Nagsipitas sila ng mga bunga at iniuwi sa kani-kanilang bahay.

Nang may makasalubong silang isang matanda na tagaibang lugar at itinanong kung ano ang dala nilang prutas ay iisa ang sagot nila. "Bunga ng tanim ni Tandang During 'yan", sabi nila.

During yan ang pagkakaintindi sa kanila ng matanda. Kaya nang bigyan nila ito ng bunga at itanong ng mga kakilala kung ano iyon ay sinabi nitong ang pangalan ng prutas ay during yan. Kalaunan ay nagiging durian.

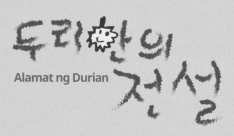

Alamat ng Durian

2018년 12월 10일 2판 1쇄 발행

   글　　오혜진(Marisa Conde)
그　　림 오지혜(Jihye Oh), 오범호(Beomho Oh)
한 국 어 지도 김선영
일러스트 지도 김정화
진　　행 김새로
디 자 인 최형준
발 행 인 최진희

펴 낸 곳 (주)아시안허브
등　　록 제2014-3호(2014년 1월 13일)
주　　소 서울특별시 관악구 신림동 1523 일성트루엘 5층
전　　화 070-8676-3028
팩　　스 070-7500-3350
홈페이지 http://asianlanguage.kr

값 6,000원
ISBN 979-11-86908-19-8 (03890)

※ 아시안허브는 다문화가정 양성평등 지원을 위해
　　국가별 동화책을 제작하여 보급 중입니다.
　　이 책의 수익금 전액은 다문화가정 아동교육에 사용될 예정입니다.

이 도서의 국립중앙도서관 출판예정도서목록(CIP)은
서지정보유통지원시스템 홈페이지(http://seoji.nl.go.kr)와
국가자료공동목록시스템(http://www.nl.go.kr/kolisnet)에서
이용하실 수 있습니다. (CIP제어번호 : CIP2016031493)